நான் புடிச்ச கலர் கோழிக்குஞ்சு

"சிலரின் மௌனம் சிலருக்கு மரணம்"

உதயா

"நான் புடிச்ச கலர் கோழிக்குஞ்சு " என்னும் இந்தக் கவிதைத் தொகுப்பை இயற்றியவர் "உதயா". 2-1-1998ஆம் ஆண்டு ஜெ. கோவிந்தசாமி, சித்ரா தம்பதியர்க்கு மூத்தமகனாகப் பிறந்தார். இவரின் சொந்த ஊர் தருமபுரி மாவட்டத்தில் உள்ள ஜக்கசமுத்திரம் என்னும் சிற்றூர். சிறுவயதிலிருந்தே புத்தகங்களை விரும்பி படிக்கும் இயல்பு கொண்டிருந்தார். அதனால், அவருக்கு ஒரு புத்தகம் எழுதினால் என்ன என்று எண்ணம் தோன்றியது. அதன் விளைவாகவே "அந்தப் பாலைவன பறவை" எனும் ஒரு கவிதைத் தொகுப்பை இயற்றினார். அதன் பிறகு "பயணம் ஒரு தொடர்க்கதை" & "பட்டணத்து பார்வதி" எனும் இரு நாவலை இயற்றினார். தற்பொழுது அந்த வரிசையில் இந்தக் கவிதைத் தொகுப்பை இயற்றி உள்ளார்.

Special Thanks Note:

This Kavithai Book is specially dedicated to Special person of my Life.Because after the arrival of her in my life everything is changed but her love never change. Due to her love, kind and affection I am totally changed even my behavior, character too. She is my Wellwisher, Caretaker, Friend, Fighting Partner and everything to me etc. Without her Coordination and Cooperation this book doesn't completely fulfilled. So, I am cordially saying thank you so much to my loveable dear "கலர் கோழிக்குஞ்சு".

Love Forever

G. UDAYA

காதல்
கவிதைகள்

மழை

அவனும் அவளும் எதிர் எதிரே வரும்போது.

ஏனோ!

வானம் பன்னீர் தூவியதே மழையாய்!!

கவிதை

அன்று அவன் தொலைத்த காதலை

மீண்டும் புதுப்பித்துக் கொண்டிருக்கிறான் கவிதைகளாக..

மீண்டும் வருவாளா ?

நீ நடந்து செல்லும் பள்ளிச் சாலை

ஏக்கத்தோடு எதிர்ப்பார்க்கிறது அவள் மீண்டும் வருவாளா ?

என்னை மிதித்து நடப்பாளா.

நிழல்

இருளில் மூழ்கி இருந்த என்னை

வெளிச்சத்தில் தெரிந்த அவள் நிழல் உருவம் மீளச்செய்ததோ!

ஒதுக்கிவிட்டுச் செல்கிறாள்

அவள் பார்வையில் நான் ஏனோ!

தீண்டத்தகாதவனானேன்

ஒதுங்கிச் சென்றால் நல்லது என நினைத்தவள்

எனை ஒதுக்கிவிட்டுச் செல்கிறாள்

உயிரற்ற கற்காலம்

அவள் என்னை மன்னிப்பதும் இல்லை

அவள் நினைவுகளை நான் மறப்பதுவும்
இல்லை

அவளோடு உரையாடிய நாட்கள்
உணர்வுகளின் பொற்காலம்

அவள் உதறிச் சென்ற நாட்கள் உயிரற்ற
கற்காலம்.

அவள் அறியா வண்ணம்

அவள் கால் கொலுசின் ஒலியைக் கேட்கும்
போதெல்லாம்

என் மனதின் வலியும் அதனோடு சேர்ந்து
மறந்தே போய்விடுகிறது

அவள் அறியா வண்ணம் .

இதயத்தை தவிர

இடம் அதிகம் கொடுத்து விட்டோம் என்று நினைக்கிறாள்.

ஆனால், அவள் இதயத்தை தவிர என்பதை அறியாதவளாய்.

சிறுபிள்ளை போலே!

அவள் குரல் கேட்கும் நேரங்களில் எல்லாம்

குதுகலம் கொள்கிறேன்.

ஏதோ சிறுபிள்ளையைப் போலே!

நான் ஓர் பாவி

ஓ! என் ஜெயதேவி

நீயே என் ஆவி

நீ இல்லாமல் வாழுமோ! என் ஜுவி

நின் நினைவிலே வாழும்

நானோ ஓர் பாவி.

தொடரும் பயணம்

முடியவில்லை என்று சொல்பவளே

முடியும் என்று சொல்லும்வரை தொடரும் பயணம்.

காரணம் என்னவோ கண்மணி!

நீ இருந்தும் நான் இறந்தே வாழ்கிறேன்

நீ என்னோடு பேசாததாலா?

இல்லை உன்னை நான் பார்க்காததாலா?

காரணம் என்னவோ கண்மணி

உண்மையை சொல்லடி என் காதலி.

என் உயிர்

அவள் சொல்கிறாள் என்னை நீ வர்ணிப்பதால்
உன் உயிரை நீ இழந்து விடுவாய் என்று

அவள்தான் என் உயிர் என்று அறியாதவளாய்.

எட்டாக் கனி

எட்டி விடும் தூரத்தில் அவள் இருந்தும்

எட்டிப் பிடிக்கும் நேரங்களிலெல்லாம்

ஏனோ எட்டாக் கனியாய் இருக்கிறாள்.

என்னுள் இருப்பதை மறந்தேனோ?

அவள் எங்கே இருக்கிறாள் என்று தேடித்
தேடியே

என்னுள் இருப்பதையே மறந்தேனோ?

யார்? அந்த அவள்

இல்லாத ஒருவளை யார்?யார்?என்று கேட்கும் போது

யாரை நான் சொல்லுவேன் இவள் தான் அந்த அவள் என்று.

வலி

வலிகள் நிறைந்த வார்த்தை விழிகளின்
வழியே கண்ணீராய் வரும்.

மழையில் நனையாதே!

மழையில் நனையாதே பெண்ணே!

உந்தன் சர்க்கரை உதடுகள் சாயம் சிந்திடுமோ!

முகத்தை திருப்பிக் கொள்கிறாள்

நான் வருவேன் என்று ஏற்கனவே அவள் எதிர்பார்த்ததிருந்தாளோ என்னவோ!

நான் வரும்போதெல்லாம் அவள் முகத்தை திருப்பிக் கொள்கிறாள்.

பெண் இல்லாக் கவிதை

பெண் இல்லாக் கவிதை

விழுப் புண் இல்லாப் போர்

போன்று சுவாரஸ்யமற்றது.

அழகோ! அழகு

1) கொள்ளை கொள்ளும் அழகோ! பேரழகு

பெண்ணவள் பேண்ட் சர்ட் அணியயிலே.

2) கோபுர தரிசனம் கோடி புண்ணியம் என்பார்
இதுவரை உணர்ந்ததே இல்லை

அவள் அழகை அருகில் பார்க்கும் வரையிலே.

3) அவள் அழகை வர்ணிக்க என்னிடம்
வார்த்தைகளே இல்லை

என்றும் அவள் என் வாழ்வின் பக்கங்களில்
ஒரு தீராக்காதல் காவியமே.

அவளால் அழகாகிறேன்

அவளுக்காக கவிதை எழுதும் போது கூட
பேரும் புகழ்ச்சியும் கிடைக்கவில்லை

ஆனால், இவளுக்காக எழுதும் போது

பேரும் புகழ்ச்சியும் பொங்கி வழிகிறது

அவள் அழகை போலே

அவள் மட்டும் அழகல்ல அவளால்

நானும் என் கவிதைகளும் அழகாகின்றோம்.

எனக்கு ஓர் ஆணையிடு

பிடித்தால் வரம் கொடு இல்லையேல் இங்கே எனக்கு சாபமிடு

இருக்கும் வரையிலும் இறக்கும் வரையிலும் உனையே நினைத்திருக்க எனக்கு ஓர் ஆணையிடு.

அனுதினமும் இப்படியே கொல்வாயா?

கண்களால் கைதாக்கினாய்

இரு கண்ணாடியை விலங்காக்கினாய்

இதயத்தையே சிறையாக்கினாய்

இருட்டறையையே எனதாக்கினாய்

என் சுதந்திரத்தையே உனதாக்கினாய்

என்னை விடுதலை செய்வாயா?

இல்லை அனுதினமும் இப்படியே கொல்வாயா?

உன் முகம் காணவே!

ஒரு நாளைக்கு நான்கு ஐந்து முறையாவது உன் முகத்தை பார்க்காமல் நகருவதே இல்லை அந்நாள் எளிதாக எனக்கு.

மழலைப் போலே

பள்ளிக்கு விடுமுறை அளிக்கும்
போதெல்லாம்

புதியதாய்ப் பள்ளிக்குச் செல்லும் மழலைப்
போலே வருத்தம் கொள்கிறேன்

காரணம் உன்னை காண முடியாது

என்பதால்.

சுதந்திரம் கிடைக்காதோ!

என் காதலை உன்னிடம் சொல்லும்
போதெல்லாம்

என்னையே நான் புதிதாக உணர்கிறேன்.

உன்னிடம் அடிமை பட்டிருக்கும் எனக்கு

சுதந்திரம் கிடைக்காதோ! என்று.

நானும் மழலையாகிறேன்

மழலைகள் விளையாடுவதை ரசிக்கும்
போதெல்லாம் நானும் மழலையாகி
விடுகிறேன்.

அவளுடன் மழலையில் விளையாடியதை
நினைத்து.

தூரத்து தாஜ்மகால்

தூரத்தில் இருந்து ரசிப்பவனுக்கு மட்டுமே
தாஜ்மகாலின் கோபுரம் ஒரு பிரம்மாண்டம்

அருகிலே இருப்பவனுக்கு அது எப்போதும்
போல ஒரு சாதாரணம்.

மாயம் என்னவோ!

இன்று நீ தொட்ட தகரத் டம்ளர்

தங்கத் டம்ளர் ஆனாதே காரணம் என்னவோ?
கண்மணி!

மனம்

அடிக்கடி உனை பார்க்கவே மனம்
காரணங்கள் ஆயிரம் தேடுதே .

நிம்மதி

மாதத்திற்கு ஒரு நாள் வானில்

மதி இல்லாமல் கூட வாழ்ந்திடலாம்

ஆனால், வாழ்க்கையில் மனசுக்கு நிம்மதி
இல்லாமல் ஒரு விநாடி கூட வாழவே
முடியாது

அந்த நிம்மதியே நீ எனும் பொழுது

என் வாழ்விலே சந்தோஷம் தான் இங்கேது.

பாதி உயிர் போகுதடி மீதி உயிர் வேகுதடி

உன்னிடம் இருந்து வரும் பதிலுக்காக
காத்திருந்து காத்திருந்து பாதி உயிர் போகுதடி
மீதி உயிர் வேதனையிலே வேகுதடி.

இது நான் பெற்ற சாபமா?

பார்த்தும் பார்க்காதது போல் செல்கிறாய்
பெண்ணே!

என் மேல் கோபமா?

கேட்டால் ஏதோ ? வேறு சிந்தனையில்
சென்றாய் என்பாய்

இதுதான் நான் பெற்ற சாபமா?

சோலைவனத்து ரோஜா

நீ தொலைதூரம் சென்றாய் மனதிற்கு
துன்பத்தை தந்தாய்!

உன்னை பார்க்காத நாட்கள்

மழையில்லா பூமியாய் வறண்டு போனேன்

உன்னிடம் பேசாத நொடிகள் யுகங்களில்
நரகம் உணர்ந்தேன்

உன்னை மீண்டும் பார்த்த போது

சோலைவனத்து ரோஜாப் போலே சில்லென
சிரித்தேன் இன்முகத்தோடு!

அவளுக்கான சாக்லேட்

1)அவளுக்காக வாங்கிய சாக்லேட் தித்திப்பை மறந்ததேனோ!

அவள் எடுக்காமல் சென்றதாலா?

2) நீ தொட்டு விட்டுச் சென்ற மிட்டாய்

ஏனோ! வழக்கத்திற்கு மாறாக தித்திக்குதே காரணம் என்னவோ? கண்மணி

உன் கை பட்டதாலா அல்லது என் மீதான காதலாலா.

காத்திருப்பேன் நீ ! வரும் வரை

நீ அருகில் இருக்கும் வரை

புரியாத பிரியம்

எங்கோ தொலைதூரத்தில்

இருக்கும் போது புரிந்தென்ன பயன்.

ஏ! தேவதையே எங்கோ

தொலைதூரம் போனாயோ!

எனை வேதனையிலே

தவிக்க விட்டுச் சென்றாயோ!

காத்திருப்பேன் நீ ! வரும் வரை
கணப்பொழுதோ? இல்லை காலம் முழுவதுமோ!

தேவியே!

தேவியின் தரிசனம் கிடைக்குதே தினந்தினம்

என் தேவையின் ரகசியம் அறியுமோ
அப்பெண் மனம்

தேடலில் தொடங்கியே ஊடலில் முடியுதே

தேவியின் கண்களோ இரு கூர் கொண்ட
கத்தியோ

என் தேவையின் ரகசியம் உணர இதென்ன
புது யுக்தியோ !

உதட்டோர சிரிப்பு

எத்தனை முறை பார்த்தாலும் சலிக்காதடி
உந்தன் பூ முகம்

எதிர்ப்பார்க்கும் போது கிடைக்காத ஒரு பூ

எதிர்ப்பாராத போது கிடைக்கும் ஒரு பூ

எனை அறியாமலே வரும் உதட்டோர சிரிப்பு.

தொட்டு விடும் தூரம்

தொட்டு விடும் தூரத்தில் நீ இருந்தும்

சுட்டு விடுமோ என்ற பயம் தான்

என்னை எட்ட நின்றே பார்க்க வைக்கிறது.

கூந்தலின் வாசம்

இன்றொரு நாள் உன் தலையில் சூடிய
மல்லிகையாய்ப் பிறந்திருக்கக் கூடாதா?

உன் கூந்தலின் வாசம்தானில் சொக்கி சொக்கி
மரணித்திருப்பேன்..

உந்தன் குரலே சங்கீதம்

எங்கோ தூரத்தில் கேட்கும் உந்தன் குரல்தான்
சில சமயங்களில் சங்கீதமாகிறது.

அவள் தானா எனும் ஐயம்!

திரைச்சீலையின் பின் தெரியும் நிழல் உருவம்

சில சமயங்களில் திகைக்க வைக்கிறது

சில சமயங்களில் திக்குமுக்காட வைக்கிறது

அது அவள் தானா எனும் ஐயத்தாலே!

மழையும் மனமிறங்கியதோ!

மழலைகளின் நடுவிலே மந்திரப்
புன்னகையை உதிர்த்து மங்கையவள் நடந்து
வரும்போது.

மழையில் நனைந்தபடி

என் வேதனையை சுமந்தபடி

ஓர் குடைக்குள் இருவராய் செல்வோம் என்று
அழைத்தால்

நீயும் வேண்டாம் உன் குடையும் வேண்டாம்
என்றாளே

மழையில் நனைந்தபடி

என் வேதனையை சுமந்தபடி சென்றாளே.

கண்ணாடி

தொலைதூரத்திலே இருக்கும் உன்னை

தொடும் தூரத்திலே காட்டி மகிழ்விக்கிறது
நிலைக்கண்ணாடி.

உன் கண்கள்

எதிர் எதிரே வருவதால் என்னவோ என்னை
எதிரியாய்ப் பார்க்கிறது உன் கண்கள் கூர்
கொண்ட கத்திப் போல்.

நம் கண்கள்

எதிர் எதிரே வரும் போது எத்தனை எத்தனை எண்ணங்கள்

உன்னுள்ளும் என்னுள்ளும்

மறைத்து வைத்தாலும் காட்டிக் கொடுத்து விடுகிறது நம் கண்கள்.

கண்ணிருந்தும் குருடாய்

வாரத்தின் ஏழு நாட்களில்

இரண்டு நாட்கள் கண்ணிருந்தும் குருடாய் ஆகிறேன்

கன்னியின் தரிசனம் கிடைக்காததால்.

நிலைத்தே வாழும் காதல்

அவளோடு நீ கதைத்த போதும் உன் விழிகள் எனை வதைத்த போதும்

உன் குறுநகை எனை சிதைத்த போதும்

உன் மீது நான் கொண்ட காதல் என்றும் நிலைத்தே வாழும் நிரந்தரமாய்.

எனைத் தீண்டு

உன் சமையல் அறையில் ஓர்

உப்பாய்

புளியாய்

சர்க்கரையாய்

இருந்திருக்கக் கூடாதா

அப்போதாவது எனை தீண்டி இருப்பாய்

ஒரு பொருட்டாய்.

நீயற்ற நான்

நிலவற்ற வானமோ இருளாகிப் போகுது
அம்மாவாசையிலே

நீயற்ற நானுமோ பொருளற்று போகிறேன்
உன்னாசையிலே.

எனை ரசிக்க மறந்தாளே!

அவளைப் பற்றி எழுதுவதையெல்லாம்
ரசித்தவள்.

ஏனோ!

எனை ரசிக்க மறந்தாளே.

ஏழு ஜென்மம் வாழ வேணும்

என்ன சொல்ல ஏது சொல்ல

உன்ன போல யாரும் இல்லை

உன் கூட நானும் ஏழு ஜென்மம்

வாழ வேணும் என் தங்கப்புள்ள.

கலர் கோழிக்குஞ்சு

கலர் கோழிக்குஞ்சு

என் மனதை நொறுக்கிய வஞ்சி

அவள் கண்ணங்களோ வெண் இலவம் பஞ்சு

தினந்தினம் அவளை காணவே துடிக்குதே என் நெஞ்சு.

முப்பொழுதும் உன் கற்பனையில்

முப்பொழுதும் உன் கற்பனையில் மூழ்கிப் போனேனடி

சித்திரையே உன்னால் நித்திரையை இழந்து சித்திரவதை கொண்டேனடி.

திரைச்சீலையின் மறைவிலே

*1)*அவளை திரைச்சீலையின் மறைவிலே
பார்த்து பார்த்து திகைத்துப் போகிறேன்

அவள் அழகை எத்தனை முறை
பார்த்தாலுமே..

2) அவள் திரைச்சீலையை விலக்கிப்
பார்க்கும்போதெல்லாம்
திகைத்துப்போகிறேன் அவள் அழகில்
மயங்கியே!

3) அவள் திரைச்சீலையை மூடி வைக்க
காரணம்.

அவள் அழகை நான் கொள்ளை
கொள்வேனோ! எனும் அச்சத்தாலே!

*4)*திரைச்சீலையின் மறைவிலே

தேவியின் முகம்

கிடைக்குமோ தரிசனம் என்று

தவிக்குதே என் மனம் .

*5)*என் முகத்தை பார்க்க மனம் இல்லாதவள்

திரைச்சீலையோடு சேர்த்து அவள்
முகத்தையும் மூடி வைக்கிறாள்

கண் பார்வையிலே

ஜன்னல்களின் கம்பிகளுக்கு பின்னால் இருந்து சிறையெடுக்கிறாள். என்னை தன் கண் பார்வை கொண்டு

உள்ளம் அழைப்பாயுதே

அவள் அங்கும் இங்கும் நடப்பதை பார்க்கும் பொழுதெல்லாம்

என் உள்ளம் இங்கும் அங்கும் அழைப்பாயுதே

என்னுள் தொலைந்தேனோ!

அவள் ***playlist***ல் ஒலிக்கும் இசையைக் கேட்டு.

எனையே நான் மறந்தேனோ என்னுள் நானே தொலைந்தேனோ?.

தவறி விழும் மனம்

அவளை பார்த்தவுடன் கை தவறி விழுகிறது குடம் மட்டும் அல்ல என் மனமும் தான்.

தொலைதூரத்து விண்மீனே

தொலைதூரத்து விண்மீனாய்

கண்டேனடி உன்னை நானே

தொடும் தூரத்தில் உன்னை தொலைத்து சென்றதனாலே.

உணர்வு

அவள் அழுத்தமாக பிசைவது சாதத்தை
மட்டும் அல்ல என் மனதையும்,
உணர்வுகளையும் சேர்த்து தான்.

நெடுநேரம் நடக்கிறேன்

அவள் மனக்கதவோடு சேர்த்து

ஜன்னல் கதவுகளையும் திறப்பாளா?

அவளைக் காணவே துடிக்கிறேன்

மனவேதனையிலே தவிக்கிறேன்

அதனாலே நெடுநேரம் நடக்கிறேன்..

மனக்கதவு

அவள் அடைத்து வைத்தது ஜன்னல்
கதவுகளை மட்டும் அல்ல

அவள் மனக்கதவையும் தான்.

காகிதமே கண்ணீர் விடும்

ஜன்னலுக்கு பின்னால் இருக்கும்
என்னவளையும்

அவள் நெஞ்சம்தனில் இருக்கும்
சோகங்களையும் வர்ணித்தால்

காகிதமே கண்ணீர் விட்டு அழும்.

மழைச்சாரலின் நடுவிலே

மழைச்சாரலின் நடுவிலே

மின்னல் ஒன்று தெரியுதே

சற்று மின்னி மின்னி மறையுதே

தேவியின் தரிசனமோ தேவைக்கு அதிகமாக கிடைக்குதே

பாவையின் ரகசியமோ மழையின் பாழ்பட்ட உணர்ச்சியால்

தூள் தூள் ஆகிறதே..

கரிசனம் காட்டாயோ! தரிசனம் தாராயோ?

மழையின் குளிரால் கதவை அடைத்தவள்

இம்மழலையின் குரலால்

கதவை திறப்பாளா?

தனியே இசையை ரசிப்பவளே

என் இம்சையை தினமும் பொறுப்பவளே!

கரிசனம் காட்டாயோ

இப்பாவிக்கு தரிசனம் தாராயோ?

மழை

மழையும் சிறிது நேரம் நாணம் கொண்டதோ
என்னவள் வீட்டிற்குச் செல்கிறாள் என்று!!

புன்னகை

அவள் புன்னகையை புடவை முந்தானையில்
மூடி மறைக்கிறாள்.

அவள் மனதில் இருப்பதை மறைப்பது
போலே.

ஓரவிழி பார்வை

பார்த்தும் பார்க்காததுபோல் செல்கிறாய்
பெண்ணே!

ஆனால்,உந்தன் ஓரவிழி பார்வைகள்
ஓராயிரம் அபிநயங்கள் சொல்லுதடி

நீ என்னை பார்த்தாய் என்று.

பாவையின் பார்வை

வேகமாக கடந்து சென்றால் வெறும் பார்வை
மட்டுமே மிஞ்சி விடும்

மெதுவாக நடந்து சென்றால் பாவையின்
பார்வையோடு என் தேவையும் நிறைவேறி
விடும்.

வெட்கத்திலே!

உன்னை கண்ணாடியில் பார்க்கும்
தருணங்களில் எல்லாம்.

ஏனோ! எனை அறியாமலே என் முகம்
அழகாக மாறுகிறது வெட்கத்திலே!

கண்ணாடி பிம்பம்

தூரத்திலே செல்லும் உன்னை அருகிலே
பார்க்கிறேன் கண்ணாடியில் பிம்பமாய்.

குறு புன்னகையாய்!

அவளை அறியாமலே அவள் மறைத்து
வைத்த காதலெல்லாம் வெளிப்படுகிறது குறு
புன்னகையாய்!

முந்தானையின் மறைவிலே

அவள் மறைத்து வைத்த காதலெல்லாம்
குறுபுன்னகையாய் வெளிப்பட

அப்புன்னகையையும் மறைத்து வைக்கிறாள்
முந்தானையின் மறைவிலே.

தேடித் தேடியே

அவளுக்கு என்ன பிடிக்கும் என்று தேடித்
தேடியே

என்னையே பிடிக்காது என்பதை
மறந்தேனோ?

அழகும் அழகிழந்தது

அவள் இல்லா ஊரிலே அழகும் அழகிழந்தது

அவளைக் காணாத விழிகளும் வழிமாறிப் போனது

அவள் வருகைக்காக நாட்களை எண்ணி காத்திருந்து காத்திருந்து

கண்ணீர் சிந்துகிறது

அவளுக்காக கண்ணீர் சிந்தியவனுக்கு ஊரே கண்ணீர் சிந்தும் நிலை வருமோ!

யாவும் சில காலம்

நாம் எனும் சில காலம்

நான் என்பது சில காலம்

நாம் என்பது சில காலம்

நமக்கு என்பது சில காலம்

நமது என்பது சில காலம்

நம்மால் என்பது சில காலம்

நமக்காக என்பது சில காலம்

நம்மோடு என்பது சில காலம்

நம்முடையது என்பது சில காலம்

எல்லாம் சில காலம் யாவும் சில காலம்.

என் மனமோ!

என் மனமோ உன்னை பார்க்காதே என்கிறது

என் கண்களோ உன்னை மட்டுமே பார்க்கிறது

என் மனமோ உன்னைப் பற்றி பேசாதே
என்கிறது

என் உதடோ உன்னை பற்றி மட்டுமே
பேசுகிறது

என் மனமோ உன் வீட்டின் அருகே
செல்லாதே என்கிறது

என் கால்களோ உன் வீட்டைத் தேடி மட்டுமே
நடக்கிறது

என் மனமோ உன்னைப் பற்றி நினைக்காதே
என்கிறது

என் இதயமோ உன்னை மட்டும் நினைத்து
துடிக்கிறது

என் மனமோ உன் பெயரைக்கூட
நினைக்காதே என்கிறது

என் கைகளோ உன் பெயரை மட்டுமே
எழுதுகிறது.

என் மனமோ நாணல் போல் ஆனதடி

என்னை நீ பார்க்காத போதும்

எந்தன் எண்ணம் யாவும் உன்னை

மட்டும் பாடும்

அருகருகே அமர்ந்தபோதும்

ஆசை வார்த்தை மறந்த போதும்

உந்தன் விழி கொண்டு எனை சாய்த்த போதும்

சிறிது நேரம் மயக்கத்திலே நான் இருக்க

வானத்திலே வண்ணத்துப்பூச்சியாய் நீ பறக்க

கடைசியிலே நூல் அறுந்த காற்றாடி போல் தவிக்க

என் மனமோ வழியோடும் நதியோரம் அசைந்தாடும் நாணல் போல் ஆனதடி .

எல்லாம் சில காலம்

உன்னாலே சில காலம்

உனக்காகவே சில காலம்

உன்னோடு சில காலம்

உணர்வோடு சில காலம்

உறவோடு சில காலம்

உயிரோடு சில காலம்

காதலிலே சில காலம்

கண்ணீரிலே சில காலம்

கவிஞனாய் சில காலம்

கவலையாய் சில காலம்

கனவோடு சில காலம்

கற்பனையோடு சில காலம்

சுதந்திரமாய் சில காலம்

சுவாசச் சிறையிலே சில காலம்

நிம்மதியாய் சில காலம்

நிரந்தரமாய் சில காலம்

அமைதியாய் சில காலம்

ஆர்ப்பரிப்பாய் சில காலம்.

உன் குரல் மட்டும் போதுமடி

என்னோடு நீ பேசவும் வேண்டாம்

என்னை நீ பார்க்கவும் வேண்டாம்

என்னை நீ முறைக்கவும் வேண்டாம்

என்னை நீ வெறுக்கவும் வேண்டாம்

என்னை நீ நினைக்கவும் வேண்டாம்

என்னை நீ ஒதுக்கவும் வேண்டாம்

நீ புன்னகைக்கவும் வேண்டாம்

என் மனதை புண்படுத்தவும் வேண்டாம்

தொலைதூரத்து தேவதையாய் நீயானால்

தெருவோரத்து பூஞ்செடியாய் நானாவேன்

குயில் கூவும் காலையிலே எழில் கொஞ்சும் வேலையிலே

உன் குரல் மட்டும் போதுமடி

என் ஜென்மம் இன்னும் நீளுமடி.

வாழ்க்கை

உலகமே ஒரு நாடக மேடை

அதில் உயர்ந்தவர் தாழ்ந்தவர் யாருமில்லை

எல்லோரும் நடிகர் தான் அவர் ஏற்கும்
பாத்திரம் அவர் செயலில்தான்

கதாநாயகன் ஆவதும் அவர் கையில்தான்

நாயாய் பேயாய் அலைவதும் அவர்
கையில்தான்

எல்லாமே சில காலம்தான் நாம் வாழும்
வாழ்வும் அது மீதுதான்

போராடி வெல்பவரே இங்கு பார் போற்றும்
அறிவாளி

ஊதாரியாய் திரிபவனே ஊர் ஏச்சும் ஏமாளி

ஏற்றமும் நிரந்திரமில்லை நீ ஏற்கும்
பாத்திரமும் நிரந்திர மில்லை

எல்லாம் ஒரு நாள் மாறும்

அது இன்பமென்ற போதும் துன்பமென்ற
போதும்

நீயே! அதனை ஏற்கக் கூடும்.

கைக்கிளை பெருந்திணையாய் ஆனதடி

இருமனமும் தான் இணைய

அனுதினமும் உனை நான் நினைய

எண்ணற்ற கவிகளை நான் புனைய

அவை பயனற்றதென்று எண்ணி நானும்
துணிய

நூலறுந்த காற்றாடியாய் நானும் இங்கே
அலைய

நீ மௌனம் கலைப்பாய் என்று எப்படி
நானும் அறிய

அதை அறியாது அனலிலிட்ட புழுவாய்
இங்கே நானும் திரிய

பட்டமரமாய் நானே இங்கு பற்றி எரிய

பட்டத்துயரோ என் மனதிலிருந்து கொஞ்சம்
கொஞ்சமாக மறைய

பாவை உன்மீது அன்று கைக்கிளையாய்

இருந்தது ஏனோ!

இன்று பெருந்திணையாய் ஆனதடி....

நித்தமும் உனை நினைத்து

நித்தமும் உனை நினைத்து நித்திரையை தொலைத்து

என் சித்தம் முழுவதிலும் உனை நிறைத்து

உன் சிந்தனையிலே தினம் திளைத்து

சிறகொடிந்த பறவையென துடித்து

கொண்ட வலியையும் மறைத்து

போலிப் புன்னகையை உதிர்த்து

நீ கொண்ட கோலம் கண்டு திகைத்து

உந்தன் நினைவு எனை அனுஅனுவாய் சிதைத்து

என்னையே நான் வெறுத்து

கண்களில் கண்ணீர் வடித்து

கடைசியில் மண்ணாய் போனதடி

என் வாழ்வும் என் உயிரும்

நீ எனக்கில்லை என்ற போது.

உன்னவள்

உன்னவளாய் நான் இருக்க உன் மனமோ ?

மற்றொரு பெண்ணவளை மட்டுமே ரசிக்க

அருகருகே அமர்ந்தபோதும் ஆயிரம் நினைவுகளை சுமந்த போதும்

பகல் கனவு என்று தெரிந்த போதும்

பாவை எந்தன் வேதனையை நீ மறந்த போதும்

காதலெனும் தூண்டிலிலே மண்புழுவாய் நான் துடிக்க

என் துயரை அறியாத காளையாய் நீ இருக்க

கடந்து வந்த பாதையென்றும் கடினம் தான்

சாய்ந்து கொள்ள உன் தோல் கிடைத்தால்

கடந்து போகும் யாவும் இங்கே எளிமை தான்

எட்டி விடும் தூரம் என்றோ ஏளனமாய் நீ இருந்தாய்

எட்டா தூரத்து விண்மீனை மட்டும் நீ ஏன் சுமந்தாய்

எத்தனையோ பெண்டிரை நீ கண்டாய்

நானும் ஒரு பெண் என்பதையே நீ ஏன் மறந்தாய்?

தொலைதூரத்து தேவதையை தேடியதால் என்னவோ?

இத்தெருவோரத்து பூச்செடி தேவையற்று போனதோ?

வாய் இருந்தும் ஊமையானேன்

கண் இருந்தும் குருடாய்ப் போன உன் போலே....

அழியாத சோகம்

நீ இல்லாது வாழும் வாழ்வு எனக்கு ஏனடி

நீல வானம்கூட இங்கு வெறுமை தானடி

இரவில் தோன்றும் நிலவு இங்கு நாளும் தேயுது

நாளும் தேய்ந்து நாளும் தேய்ந்து மீண்டும் வளருது

ஆனாலும், அன்பு மாறாத ஒன்று

உன்னை நினைத்து எந்தன் நிஜங்கள் நிழலாய்ப் போனது

நீ வாழும் பூமியில் எந்தன் ஜீவன் வாழுமே

உந்தன் நினைவு ஒன்றுதான் எனக்கு இங்கு போதுமே

வேறு எதுவும் வேண்டாமே!

என் இளவரசி

இசையை ரசிக்கும் இவளே என் இளவரசி

அவள் அழகில் மயங்கிய நானோ

ஒரு வரகரிசி

செந்தீயில் வெந்தாலும் எரித்தணலால்
நொந்தாலும்

என்னவளும் இவளே எந்நாளும் இவளே
எனக்கானவளும் இவளே!

மல்லிகையே மல்லிகையே வாசம் வீச
மறுப்பாயோ!

மாற்றான் தோட்டத்து கொடியிலே மலர்ந்தே
நீ போனாலும்

என் வீட்டு வாசலிலே வாசம் செய்ய
மாட்டாயோ?

எங்கோ யாரோ? உன் பெயரை உச்சரிக்கும்
போது

என் மனமோ உச்சி குளிர்ந்து போகும்

இந்த வரம் மட்டும் வேண்டும்

எனக்கானவளாய் எந்நாளுமே நீ மட்டும்
போதும்...

அந்த ஏழு நாட்கள்

கதிரவனும் கண் அயர சந்திரனும் சற்று எழும்ப

கொடி வழிப் பாதையிலே நான் நடக்க

எனை வந்து ஏனோ வழிமறிக்க

மறித்த வழி நான் மறந்து சிரித்த முகம் தான் உதிர்த்து

மெல்ல மெல்ல நடக்கையிலே முல்லை முகம் தான் ஜொலிக்க

கண்ட அந்த நேரத்திலே கொண்ட காதல் மேழெம்ப

ஆனந்தத்தில் ஆடியது என் வயது அதை அறியாது திகைக்கிறது பெண் மனது

இரு வாசல் கொண்ட வீட்டிலே நீ இருக்க

கிழக்கு மேற்கு புரியாது நான் தவிக்க

தவிக்கும் அந்த நேரத்திலும் தத்தை அவள் குரல் இனிக்க

பட்ட துயர் விட்டு என்னை தான் விலக

வேண்டுமென்றே சுற்றிச்சுற்றி நான் வர

சுற்றுமும் என்னை கேட்குதே இங்கு நீ ஏன் வர

பதில் கூறாமல் நான் முழிக்க

பாழாய்ப் போன மனமோ பரிதவிக்க

உன்னை நினைத்து நான் துடிக்க

உள்ளமெல்லாம் உந்தன் எண்ணமே தான் சிறக்க

உந்தன் காட்சி மட்டும் கண்டுவிட்டால் வளர்ந்து விடும் தேய்பிறை.

அவள் பிரிந்த போது

அவள் அவளாகவே இருந்தால் அவனை காணத வரை

அவள் அவளாக உணர்ந்தாள் அவன் அருகிலே அமர்ந்த போது

அவன் அவனாகவே உணர்ந்தான் அவள் அருகில் அமர்ந்த போது

அவர்கள் அவர்களையே உணர்ந்தார்கள் அவர்கள் இருவரும் பிரிந்த போது...

சித்திரையில் பிறந்தவளே

சித்திரையில் பிறந்தவளே

நல்லோர் சிந்தனையில் நிறைந்தவளே

சத்தியமே உருவானவளே

ஆதிசக்தியையே குருவாய் நினைப்பவளே

உழைப்பை நித்தமும் உதிர்த்து

பிள்ளையை நாளும் நல்வழியில் வளர்த்து

ஆசையாய் மணாளனை அரவணைத்து

பெற்றோரை இமையாய் காத்து

கொண்ட கடமையை உயிராய் நினைத்து.

தாயாய், தாரமாய்,தமக்கையாய்

அன்பாய்,அறிவாய்,ஆசையாய்

பண்பாய்,பாசமாய்,பரிவாய்

எத்தனை எத்தனையோ புகழ்ச்சி

இவையாவும் உன் அழியா வாழ்வின் வளர்ச்சி

வாழ்க நீ பல்லாண்டு வாழிய வாழியவே.

மாது என்னும் மது

மாது என்னும் மதுவிலே போதை
கொள்கிறான்

அவள் பேதை என்ற போதிலும் காதல்
கொள்கிறான்

இதயம் என்னும் சிறையிலே வாசம்
கொள்கிறாள்

அவனை பிரிந்த போதும் அவள் மீது நேசம்
கொள்கிறான்

இருக்கும் வரை அவள் அருமை
புரியவில்லையே

அவள் பிரிந்த போது கதறி அழுதும்
பயனில்லையே

வாழும் வரை அவள் மீது காதல் கொள்ளவே

அது பகல் கனவு என்ற போதும் கவலை
இல்லையே

நீயின்றி நான் இங்கே வெறும் பொம்மையே

அது மட்டும் புரிந்து விட்டால் விளங்கும்.
யாவும் உண்மையே

இருளற்ற வானிலே நிலவு இருந்தும்
பயனில்லை

நீ இல்லா நெஞ்சிலே உயிர் இருந்தும் பலனில்லை

இறைவனிடம் வரம் வேண்டி நானும் நிற்கிறேன்

அவன் இல்லை என்று மறுக்கும் போது கண்ணீர் வடிக்கிறேன்

நீ மட்டும் வேண்டும் என்று நானும் இருக்கிறேன்

உன் நினைவு மட்டும் போதும் என்று அவன் நினைக்கிறான்.

உதிர்ந்து போகும் சருகாய் ஆனேனடி

நான் நெருங்கி நெருங்கி வரும் போது

நீ விலகி விலகி செல்கிறாய்

நான் விலகி விலகி விலகி செல்லும்போது

நீ நெருங்கி நெருங்கி வருகிறாய்

இவ்வாறு நெருங்கி விலகி,விலகி நெருங்கி மாயம் ஏனோ செய்கிறாய்

எனை மரணப் படுக்கையிலே தள்ளுகிறாய்

விழுந்து விழுந்து எழுகிறேன் விதியை கடிந்து கொள்கிறேன்

வீதியிலே இருக்கிறேன் நாதியற்று கிடக்கிறேன்

நீ இல்லாமல் வாழும் வாழ்வு எனக்கு ஏதடி

நீலவானம் கூட இங்கு வெறுமை தானடி

உன்னை நினைத்து உருகி வாழும் மெழுகு நானடி

தினந்தினம் உதிர்ந்து போகும் சருகாய் இங்கே ஆனேன் நானடி.

தூக்கம் மறந்தேன் உன்னாலே

தொலைதூர வீட்டிலே நீ சமைக்க

தெருவோர கடையிலே அமர்ந்து நான் உனை ரசிக்க

இடை இடையே திரைச்சீலை தான் மறைக்க

என் மனமோ தேவதையை காணாமல் தான் துடிக்க

சட்டென்று உன் குரல் தான் ஒலிக்க

என் தேகமோ! மொட்டொன்று பூத்த செடியாய் சிலிர்க்க

அனுதினமும் உனை நினைத்து

ஆயிரம் கவிகளை நான் வடித்து

எண்ணற்ற பாத்திரங்களில் நான் நடித்து

அனலிலிட்ட புழுவென தான் துடித்து

துளித்துளியாய் கண்ணீரை நான் வடித்து

துன்பமென்னும் கடலிலே தான் குளித்து

துயில் கொள்ளவே நான் நினைத்து

தூக்கம் மறந்தேன் இன்று உன்னாலே

பெண்ணே!

படுதுயரத்தில் திழைத்தேன் உன்னாலே என் கண்ணே!

நீ மட்டும் வேண்டும்

நீ வேண்டாம் என்று சொல்லும் போதெல்லாம்

நீ மட்டுமே வேண்டும் என்று தோன்றுகிறது

நீ பேச வேண்டாம் என்று சொல்லும் போதெல்லாம்

உன்னோடு மட்டுமே பேச வேண்டும் என்று என் உதடு துடிக்கிறது

நீ பார்க்காதே என்று சொல்லும் போதெல்லாம்

உன்னை மட்டுமே பார்க்க வேண்டும் என்று என் கண்கள் தேடுகிறது

நீ என்னை வெறுத்து விலகி சென்றபோதிலும்

எந்தன் மனமோ உன்னை நினைத்து உருகி தவித்து நோகிறது

தொலைதூரத்தில் நீ சமைக்க தெருவோரத்து கடையில் அமர்ந்து நான் உனை ரசிக்க

நீ வேண்டாம் வேண்டாம் என்று சொல்லும் போதெல்லாம்

என் மனமோ நீ மட்டுமே வேண்டும் வேண்டும் என்று சொல்கிறது.

அவளை நினைத்து வேகும் உள்ளம்

சிறகை விரித்துப் பறக்கும் பறவை வானின் எல்லை அறியாது

எல்லை அறிந்து பறக்க அதுவும் ஒருநாளும் நினைக்காது

சாலையோரம் உதிரும் பூக்கள் சோலை தனை அறியாது

கோழையென்று என்னை நீயும் சொன்னலும் என் மனமும் ஏற்காது

கோதை அவள் காதல் பார்வையில்

கோபமும் ஒரு பாகம் தான்

கோபம் உள்ள இடமே குணம் இருக்கும் கோயிலப்பா

அனுதினமும் அவளை நினைத்து வேகும் எந்தன் உள்ளம் தான் அனுஅனுவாய்
துடிக்கும் மனமே உபயம் அறியா வண்ணம் தான்..

துன்ப நதி

பஞ்சனையில் தலைவைத்து தூங்கும்
போதிலும்

எந்தன் சிந்தை யெல்லாம் உன்னை எண்ணி
ஏங்கி வாடிடும்

தூக்கம் இங்கே வரவில்லை துக்கம் மட்டும்
வருகிறதே

துன்ப நதி காய்ந்து விட்டு இன்பவெள்ளம்
பாய்ந்து விடும்

என்று நானும் ஏங்கி நின்றேன்

ஏமாற்றம் மட்டுமே நான் அடைந்தேன்

இன்பவெள்ளம் காய்ந்து விட்டு

துன்ப நதி துள்ளிக் குதித்து ஓடுகின்றதே..

எந்தன் எண்ணம் இதனை எண்ணி நாளும்
இங்கே வாடுதே

வாடும் நெஞ்சை சாடும் கூட்டம்
அலைமோதுதே அதை ஆறுதல் சொல்லி
அடக்க இங்கு ஒரு நாதி இல்லையே....

நதியோர நாணல்களே

விழியோரம் வழிந்தோடும் கண்ணீரிலே

கவலைகள் கரைந்தோடும் என்று சொன்னது யாரோ!

வழியோடும் நதியோரம் அசைந்தாடும் நாணல்களே

என்னவளின் நாணத்தை எங்கேனும் கண்டதுண்டோ!

மின்மினிப் பூச்சியாய் மின்னுகின்ற தேகமே

எந்தன் சிந்தனையில் தோன்றுதே ஏதோ ஒரு தீரா தாகமே

வர்ணங்கள் யாவும் நிறமிழந்து போக

எந்தன் எண்ணங்கள் யாவும் உன்னையே நினைத்து வேக

கண்ணங்கள் யாவும் சிவந்து போக

கன்னி அவளே காரணம் என்று நானும் நோக

அன்னம் யாவையும் நான் மறந்து

அன்பே என்று உன்னை நினைத்து

ஆசை காதலை என்னுள் புதைத்தேன்
அனுதினமும் உன்னையே நினைத்து.

கணவன் இறந்த உலகில்

கணவன் இறந்த பிறகு இவ்வுலகில்
மனைவிக்கேது உறவு

மகனும் நாளுநாள்

மருமகளும் மூனு நாள்

அட மத்தவன் எத்தனை நாள்

கணவன் மூச்சு நின்னாப் போதும்

மனைவிக்கு இங்கே இல்லை ஏதும்

சொந்த மெல்லாம் விட்டுப் போகும்

சொத்து யெல்லாம் இத்துப் போகும்

மனசாட்சி யெல்லாம் செத்துப் போகும்

மனசு யெல்லாம் வெந்து நோகும்

வாழவும் முடியாம சாகவும் முடியாம

தினந்தோறும் நரகம்தான்

மக்கள் பேசும் பேச்சிலே மனசும் இங்கே
கருகும்

கணவன் கட்டினத் தாலி கழுத்தை விட்டுப்
போக

செந்தூரப் பொட்டும் இங்கு திருநீறாக

கலகலவென சிரித்த வளையல் சில்லு
சில்லாய் நொருங்கிப் போக

என் கண்ணாடி இதயமும் இங்கே சுக்குநூறாய்
ஆக.

என் ஆவி பிரிந்து போனதே!

என் வாழ்வை முடிக்கும் நேரத்திலே

அவள் வாழ்வை தொடர என்னருகே
வந்தாளே

மனம் விட்டுப் பேச நினைத்தேனே

அவள் மயக்கத்தில் தானே திளைத்தேனே

என் உயிர் விட்டுப் போன பின்னாலே

என் உறவை தேடி வந்தாளே

தேடி வந்தும் பயனில்லை

என் ஆவி பிரிந்த பின்னாலே

ரயில் பயணத்தில்தானே காதலித்தேன்

உயிர் பயணத்தை நானும் முடித்துக்
கொண்டேன்

வாசம் கொண்ட மலர் எடுத்து பாசம் கொண்ட
கிளிக்கு கொடுத்தேன்.

பாசமுள்ள அந்தக் கிளி வேஷமென்று
சொல்லியதே

சொல்லிய அந்நொடியே என் ஆவியும் பிரிந்து போனதே!

இறைவன் அளித்த வரம்

வண்ணத்துப்பூச்சி ஒன்று வானத்திலே பறந்ததம்மா

அதன் வர்ணஜால அழகைக் கண்டு மக்கள் கூட்டம் வியந்ததம்மா

கண்ட கூட்டம் வியப்பிலே

நீ கொண்ட கோலம் திகைப்பிலே

விதி என்ற மாயை தான் சதி ஒன்று செய்தது

சதி செய்த போதிலும் மதி வென்று நின்றது

இறவாத நிலை வேண்டி இறைவனிடம் நான் கேட்டேன்

உனை மறவாத நிலையை மட்டும் பரிசாக தான் தந்தான்.

வெகுதூரத்து விண்மீனாய் நீ ஜொலிக்க

வெறும் பகல் கனவை மட்டும் இங்கே நான் சுமக்க

தூரத்திலே நீ இருக்க

உன்னை அங்கே நான் ரசிக்க போதும் என்ற மனமே இதுவே இறைவன் எனக்களித்த வரமே.

வான்மதி அவள் அழகிலே

மதியும் இங்கு மதி இழக்கும் வான்மதி அவள் அழகிலே

சதியும் இங்கு சறுக்கி விழும் சதிகாரி அவள் விழியிலே

விதியும் இங்கே விரக்தி ஆகும் வெண்மதி அவள் சிரிப்பிலே

அனுதினமும் உனை நினைத்து ஆயிரம் கவிகளை நான் வடித்து

ஒரு நொடியும் உனை பிரியா

வரம் ஒன்று அருள்வாயா

கண்ணில் கண்ட காட்சியே

என் காதலின் உண்மை சாட்சியே!

மதிய வேளையிலே

மதிய வேளையிலே

யாருமற்ற பள்ளிச் சாலையிலே

அவளோ உண்ட மயக்கத்திலே

நானோ அவளை கண்ட தயக்கத்திலே

எதிர் எதிரிலே நடந்து வருகையிலே

குழந்தையென அவள் சிரிக்கையிலே

மரணித்து மீண்டும் ஜனனிக்கிறேன்

அவள் உதிர்த்த புன்னகையாலே

நிலவே

நிலவே நீ வான் வரைந்த ஓவியமா

இல்லை சிறு வண்ணமும் கலவா காவியமா

பெண்ணுக்கு உவமை நீ அல்லவா

பரம்பொருள் ஈசனின் சூடாமணியானவளா!

சுட்டிக் குழந்தைகளை கட்டி ஈர்த்த
தாயல்லவா!

சுற்றும் பூமியை கெட்டியாய்ப் பிடித்த சேய்
அல்லவா!

மனிதனின் கால்தடம் பதிக்க இடம் தந்தவளா

அம்மனிதனின் அறிவை உலகிற்கு
பறைச்சாற்ற செய்தவளா!

தன்னுள் மேடு பள்ளத்தை மறைத்தவளா

வெளிப்புறத்தில் வெண்மையை மட்டும்
காட்டி சிரித்தவளா!

பௌர்ணமி அன்று ஜொலித்தவளா

அமாவாசை என்று தன்னையே விண்ணில்
மறைத்தவளா!

அழகிற்கு சிறந்த எடுத்துக்காட்டு நீயல்லவா!

ஆசை குழந்தைகளுக்கு அருமை தாலாட்டு தானல்லவா!

வான்மதி என் வான்மதி

வான்மதி என் வான்மதி

வானிலே இல்லையே வெண்மதி

நீ இல்லா நாளிலே எனக்குள் ஏது நிம்மதி

உன் நினைவு மட்டும் என் மனதிற்கு ஆனந்தம்

தினந்தோறும் ராவிலே கேட்கும் உந்தன் சங்கீதம்

நீரின்றி வாடுதே என் தோட்டத்து பூங்கொடி

நீயின்றி வாடுதே என் மனது மலர்க்கொடி

மலரைத் தேடி வரும் வண்டு வாசம் கண்டு வந்ததோ?

உன் மனதை தேடி வந்தேன் இன்று மோசமாகிப் போனதோ!

இரவில் தோன்றும் நிலவில் கூட கலங்கங்கள் இருக்குது

நம் இருவர் வாழும் இவ்வுலகில் எண்ணற்ற கலகங்கள் நிகழுது.

ஏராளமான கவிதை எழுத என் மனதும் துடிக்குது

அதை பாதியிலே கிழித்தெறிய பாவி ஜனம் தவிக்குது...

விலகிச் சென்றாய்

தேடி வந்தேன் விலகிச் சென்றாய்

ஓடி வந்தேன் எனை உதறிச் சென்றாய்

பேச வந்தேன் என்னிடம் பேசமால் சென்றாய்

பார்க்க வந்தேன் எனை பார்த்தும் பார்க்காதது போல் சென்றாய்

நானே பேசினேன் பெயரளவிற்கு பேசினாய்

ஆசையோடு பேச வந்தேன் ஏதோ வேண்டா வெறுப்பாய் பேசினாய்

ஏனென்று கேட்டேன் ?

எனக்கு எதுவும் பிடிக்கவில்லை; யாரையும் பிடிக்கவில்லை என்றாய்

என்னையுமா என்றேன் ? நீ மட்டும் என்ன விதிவிலக்கா?

இம்மானிடர்களே வேண்டாம் என்றாய் வெறுப்போடு சென்றாய்.

விரல்கள் ஐந்தும் பதிந்ததடி

உன் விரல்கள் ஐந்தும் என் கண்ணத்தில்
பதிந்ததடி

அதில் உன் கைரேகையும் தெரிந்ததடி

நீ அறைந்தது என் மேல் உள்ள கோபத்தாலா?
இல்லை காதலாலா?

நீ அறைந்த வலி அரைமணி நேரத்தில்
மறைந்ததடி

ஆனால், நீ பிரிந்த வலி என் வாழ்நாள்
முழுவதையும் நெருடுதடி

எட்டி எட்டிப் பார்க்கிறாய்

என்னை யாரோ போலே

எட்டா தூரத்திற்குச் சென்றாய்

எனக்கு மீளாத் துயரத்தை தந்தாய்

மீண்டும் வருவாயா? என்னையே எனக்கு
மீட்டுத் தருவாயா?

பதில் சொல்லடி இல்லையேல்

எனை இங்கே கொல்லடி.

பார்வையால் பேசினால்

ஒரு பக்கம் சுவற்றில் நீ சாய்ந்து அமர்ந்திருக்க

மறுப்பக்கச் சுவற்றில் நான் சாய்ந்து அமர்ந்திருக்க

கிழக்கே நீ இருக்க ; மேற்கே நான் இருக்க

நீ யாரோடோ கதைக்க? நானும் யாரோடோ கதைக்க?

உன் குரலும் என் குரலும் மாறி மாறி ஒலிக்க

புன்னகையிலே என் முகமோ தான் ஜொலிக்க

காற்றும் அசைந்தது காதலியின் முகமோ தெரிந்தது

மெல்ல எழுந்தாள் வார்த்தை இன்றி நெளிந்தாள்

பார்வையால் பேசினால் என்னை கண்டபடி ஏசினால் ஏனென்று சொல்லடி எனக்கு பதிலை சொல்லுவிட்டு செல்லடி.

என் ஜீவன் சாகட்டும்.

மனிதர்களையே பிடிக்காது என்கிறாய்

என்னை மட்டும் ஏன் பிடித்தும் பிடிக்காதது போல் நடிக்கிறாய்

பொய் ஒன்று சொல்லடி உனக்கு என்னை பிடிக்கும் என்று

மெய் ஒன்று சொல்கிறேன் எனக்கு உன்னை பிடிக்கும் என்று

மெய்யோ? பொய்யோ? இரண்டும் ஒன்றாக ஆகட்டும்

என் ஜென்மம் இங்கே நீளட்டும்.

இல்லையேல் சாபமிடு இங்கே என் ஜீவன் சாகட்டும்.

சில கணம்

சில கணம் பார்வையால் கொள்கிறாய்

சில கணம் பார்க்காமல் கொள்கிறாய்

சில கணம் பேசியே கொள்கிறாய்

சில கணம் மௌனமாய் கொள்கிறாய்

சில கணம் பார்த்தே கொள்கிறாய்

சில கணம் பார்த்தும் பார்க்காதது போல் கொள்கிறாய்

சில கணம் தேடி வந்து கொள்கிறாய்

சில கணம் விலகிச் சென்று கொள்கிறாய்

சில கணம் ஆர்ப்பரித்துக் கொள்கிறாய்

சில கணம் அமைதியாய் கொள்கிறாய்

காலம் முழுவதும் இப்படியே ஏனடி எனை கொள்கிறாய்

உன் குரல் கேட்கையிலே

அடிக்கடி உனை பார்க்கிறேன்

பார்த்தும் பார்க்காதது போல் இருக்கிறேன்

இருந்தும் உனை மறந்தது போல் நடிக்கிறேன்

மறந்து மறந்து நடித்து நடித்து துடித்து துடித்து என்னையே நான் வெறுக்கிறேன்

எதிரிலே பார்க்கிறேன் நீ என்னை எதிரியாய்ப் பார்க்கிறாய்

பலமுறை எதிர்ப்பார்க்கிறேன் ஆனால்,

சிலமுறை எதிர்ப்பாராமலே உனை பார்க்கிறேன்

அருகிலே அமர்கிறேன் ஆனந்தம் கொள்கிறேன்

இருந்தும் பயனென்ன?

நீ என்னை ஒரு பொருட்டாய்க் கூட மதிப்பதில்லையே!

நீ யாருடனோ உரையாடும் போதும்

என்னுடனே உரையாடுவதாய் நினைக்கிறேன் நிம்மதி கொள்கிறேன்

உன் குரல் கேட்கையிலே உற்சாகம் கொள்கிறேன்

இது மட்டும் போதுமே இச்ஜென்மம்

எனக்கு தீருமே..

பேரழகு பதுமையோ!

என்னிடம் பேசாதே என்கிறாய்

என்னை பார்க்காதே என்கிறாய்

ஆனால், உன் பெயரை நான் உச்சரிக்கும் போது மட்டும் ஏன்

உச்சி குளிர்ந்தது போல் புன்னகை செய்கிறாய்

ஷாஜகானின் தாஜ்மகாலின் கோபுரம் கொஞ்சம் அழகு குறைவு தான்

உன் அழகை அருகாமையிலே பார்க்கையிலே

மதுர்ம் பொழியும் இதழ்களை தேடி தேனும் வந்தது

அது இதழ் அல்ல உன் நுதல் என்று
தெரிந்ததுமே ஏமாந்து நொந்தது

உன் அழகை வர்ணிக்கும் வார்த்தை இங்கு
அகராதியில் இல்லையோ

நீ பெண்ணினமே பொறாமை கொள்ளும்
பேரழகு பதுமையோ!

பிடிவாதம் கொள்கிறாய் பிடிக்காது என்கிறாய்!

உன்னிடம் பேச நினைக்கிறேன்

ஆனால், நீ பேச மறுக்கிறாய்

உன்னை பார்க்க நினைக்கிறேன் ஆனால், நீ
என்னை வெறுத்து விலகுகிறாய்

என் வீட்டு முற்றத்திலே நான் இருக்க

உன் வீட்டு முற்றத்திலே நீ கோலமிட

என் கண்கள் இரண்டும் உனை நோக்க

நீயோ எனை வேண்டா வெறுப்பாய் பார்க்க

அந்நொடியே மரணம் எனை தழுவாதோ என
நான் துடிக்க!

கண்களிலே கண்ணீர் மழையை நான் வடிக்க

இவையெல்லாம் நாடகம் என்றே நீ நினைக்க

நினைத்து நினைத்து நான் தவிக்க

நீயோ! ஒருகணம் முறைத்து செல்கிறாய்

உன்னை காதல் செய்ய நினைக்கிறேன்

ஆனால், நீயோ எனக்கு உன் மேல் காதலே
இல்லை என்கிறாய்

பிடிவாதம் கொள்கிறாய் எனை பிடிக்காது
என்கிறாய்!

தொலைதூரத்து தேவதையே!

நீ வெறுத்து வெறுத்து விலகும் போதும்
எந்தன் மனம் உன்னை விரும்பி விரும்பி
நெருங்கி வரும்

நீ என்னை விரட்டி விரட்டி அடித்த போதும்

எந்தன் எண்ணம் யாவும் உன்னை துரத்தி
துரத்தி தொடர்ந்து வரும்

நீ இல்லா நாளிலே எனக்கு நித்திரை இங்கு
ஏதம்மா

நித்தமும் உன் நினைவிலே வாழும் ஜுவன்
நானம்மா

தொலைதூரத்து தேவதையே நான் உனை
நேசம் செய்ய

இத்தெருவோரத்து பூச்செடியாய் நான்
உன்னில் வாசம் செய்ய .

எளிதாக என்னை கிள்ளி எறிந்து சென்றாயோ?

எனை கீழே மிதித்து நடந்தாயோ!

காந்தவிழி பார்வை

காந்தவிழி பார்வையால் என்னை ஈர்த்து விடுகிறாள்

போரில் ஆயிரம் கணை எனை துளைத்திருந்த போதும் உயிர் பிழைத்தேன்

ஆனால்,அவளின் ஒற்றைப் பார்வையால் கொல்வாள் என்று தெரியாததால்

தொலைதூர நிலவே விண்ணில் ஒளி வீச வந்தாயோ!

இத்தெருவோர ஏழைக்கு மண்ணில் கொஞ்சம் வெளிச்சம் தாராயோ!

நிற்க கூட நேரமில்லா கடிகாரம் உன் வீட்டருகே வரும்போது மட்டும் .

சில நிமிடம் தன் வேகத்தை குறைத்து என் வேகத்தையும் குறைத்து அழைத்து செல்கிறது ஏனோ!

எங்கோ தொலைதூரத்தில் கேட்கும் உன் குரலுக்காக

நொடிபொழுதும் செவிக் கொடுத்துக் கேட்கிறேன்

தேவியின் குரல் காதில் தேனாய் வந்து பாயாதோ என்று!

என்னை தொந்தரவு செய்யாதே

அவளை நினைத்தேன் என்னை மறந்தேன்

என்னை நினைத்தேன் அவளை மறந்தேன்

மறந்து மறந்து நினைத்து நினைத்து தூக்கத்தை தொலைத்தேன்

தொலைத்ததை தொலைதூரம் தேடினேன்

ஆனால், அவள் தான் அதற்கான மருந்து என்பதையே மறந்து

அருகருகே பார்த்த போதும் ஆயிரம் வார்த்தைகள் பேச நினைத்த போதும்

அவள் கூறிய ஒற்றை வார்த்தை எனை தடுக்கிறது

தயவுசெய்து என்னை தொந்தரவு செய்யாதே!

நீ வருவாயென?

எதிர் எதிரே பார்க்கிறேன் என்னை எதிரியாய் பார்க்கிறாள்

வழியிலும் பார்க்கிறேன் வெளியிலும் பார்க்கிறேன் என்னை வெறுத்தே பார்க்கிறாள்

அவளிடம் பேசவே கூடாது என்று அவளே கூறிய போதும்

பேசவே துடிக்கிறேன் சில சமயம் என்னை மீறியே பேசி விடுகிறேன்

தேடித் தேடி அழைகிறேன் தேவதையை காணாது தவிக்கிறேன்

தேடிய களைப்பு நொடியிலே தொலைந்து விடும்

தேவியின் காலணியை அவள் வீட்டின் முன் பார்க்கையிலே

எங்கோ இருக்கிறாள் ஆனால், என்னுள்ளே எங்கும் இருக்கிறாள்

இரக்கம் கொள்ளாயோ? உன்னவனை உறங்கச் செய்யாயோ?

உறக்கமின்றி திரிகிறேன் நீ இறக்கமின்றி செல்வதால்

உன்னை நினைத்து நோகிறேன் உனக்காகவே வாழ்கிறேன்! நீ வருவாயென?

கால்கள் நடக்க மறுக்கிறதே

அவள் இருக்கும் இடத்தை கடக்க
நினைக்கிறேன்

ஆனால், என் கால்களோ நடக்க மறுக்கிறதே.

எனை விட்டுவிட்டுச் செல்கிறாள்

வார்த்தைகளால் கொன்றவள்

மௌனமாய் கொல்கிறாள்

பார்வையால் கொன்றவள்

பார்க்காமல் கொல்கிறாள்

திட்டித் திட்டித் தீர்த்தவள்

ஓரேயடியாய் எனை விட்டுவிட்டுச்
செல்கிறாள்.

மையை இழந்த பேனா போலே

அவளை நான் மறந்தேன்

என்னை அவள் மறந்தாள்

அவள் நினைவை நான் மறந்தேன்

என் நினைவை அவள் மறந்தாள்

அவள் காதலை நான் மறந்தேன்

என் காதலை அவள் மறந்தாள்

அவள் அன்பை நான் மறந்தேன்

என் அன்பை அவள் மறந்தாள்

அவள் மீதானா ஆசையை நான் மறந்தேன்

என் மீதான ஆசையை அவள் மறந்தாள்

எங்களையே நாங்கள் மறந்தோம்

எங்கேயோ தேடி அழைந்தோம்

சிறகிழந்த பறவையாய் வானிலே அவள் பறந்தாள்

அவ்வொற்றை சிறகாய் வீதியிலே நான் திரிந்தேன்

திரிந்து திரிந்து தீர்ந்து போனேன்

மையை இழந்த பேனா போலே

என்னை இழந்தேன் வீணாய் நானும்.

அவளோடே வாழ்க்கை

கோபம் தணிந்தது

தேகம் குளிர்ந்தது

தேவியின் பார்வையோ!

தேவன் மீது விழுந்தது

தேவை குறைந்தது

கள்ளத்தனம் ஒழிந்தது

கண்ணீர் மறைந்தது

கவலை தீர்ந்தது

காதல் மலர்ந்தது

புன்னகை பூத்தது

புத்துணர்வு சேர்த்தது

புதுப்பொலிவு பிறந்தது

புது உறவு வளர்ந்தது

இனி ஆனந்த வெள்ளமே நிறையும்

அவளோடே வாழ்க்கை தொடரும்.....

காரணம் என்னவோ கண்மணி

என்னோடு அவள் பேசுவதும் இல்லை

என்னை அவள் பார்ப்பதும் இல்லை

இருந்தும் ஏனோ!

எனை வெறுக்கிறாள் ;எனை முறைக்கிறாள்

பார்த்தும் பார்க்காதது போல் நடிக்கிறாள்.

ஆனாலும், அவளுக்குள் அவளே சில சமயம் சிரிக்கிறாள்

எனை அனுஅனுவாய்ச் சிதைக்கிறாள்

காரணம் என்னவோ கண்மணி

என் காதலை புரிந்துக் கொள்ளும் காலம்தான் என்று வருமோ சொல்லடி!

www.ingramcontent.com/pod-product-compliance
Lightning Source LLC
LaVergne TN
LVHW090332210926
848480LV00004B/1386
9798903920822